I can see a pink tongue!
I wonder who that belongs to?

Tôi có thể thấy l cái lưỡi màu hồng!
Tôi tự hỏi lưỡi đó là của ai vậy?

'It's mine!' says the tiger.
'I lap water from
the river with it.'

'Đó là của tôi!' con hổ nói.
'Tôi táp nước
từ dòng sông bằng lưỡi đó.'

I can see a long nose!
I wonder who that belongs to?

Tôi có thể thấy l cái mũi dài!
Tôi tự hỏi mũi đó của ai vậy?

'It's mine!' says the elephant.
'I hold things with it.'

'Đó là của tôi!' con voi nói.
'Tôi cầm các đồ vật bằng
cái vòi đó.'

I can see a long neck!
I wonder who that belongs to?

Tôi có thể thấy một cái cổ dài!
Tôi tự hỏi cổ đó của ai vậy?

'It's mine!' says the giraffe.
'I reach high leaves with it.'

'Đó là của tôi!' con hươu cao cổ nói.
'Tôi với được nhưñg lá trên
cao bằng cổ đó.'

I can see a green tail!
I wonder who that belongs to?

Tôi nhìn thấy 1 cái đuôi màu xanh!
Tôi tự hỏi cái đuôi đó của ai vậy?

'It's mine!' says the crocodile.
'I swim in the river with it.'

'Đó là của tôi!' con cá sấu nói.
'Tôi bơi ở dưới sông bằng đuôi đó.'

I can see a furry paw!
I wonder who that belongs to?

Tôi có thể nhìn thấy một bàn chân có nhiều lông!
Tôi tự hỏi chân đó của ai vậy?

'It's mine!' says the bear.
'I scoop out honey with it.'

'Đó là của tôi!' con gấu nói.
'Tôi múc mật ong bằng chân đó.'

I can see a wriggly body!
I wonder who that belongs to?

Tôi thấy một thân hình lượn khúc!
Tôi tự hỏi thân hình đó của ai vậy?

'It's mine!' says the snake.
'I slide through the grass with it.'

'Đó là của tôi!' con rắn nói.
'Tôi trườn qua bãi cỏ
với thân hình đó.'

I can see a curly tail!
I wonder who that belongs to?

Tôi nhìn thấy cái đuôi cong cong!
Tôi tự hỏi đuôi đó của ai vậy?

'It's mine!' says the monkey.
'I hang from branches with it.'

'Đó là của tôi!' con khỉ nói.
'Tôi đu người tôi vào những
cành cây bằng cái đuôi này.'

I can see a small round eye!
I wonder who that belongs to?

Tôi nhìn thấy một con mắt tròn nho nhỏ!
Tôi tự hỏi mắt đó của ai vậy?

'It's mine!' says the parrot.
'I watch out for
hungry lions with it.'

'Đó là của tôi!' con vẹt nói.
'Tôi canh chừng những con sư tử
đói bằng con mắt đó.'

And just around the corner,
I can see a big red mouth with sharp teeth!
I wonder who that belongs to?

Và ngay ở góc kia,
Tôi thấy một cái mồm to đỏ chót với hàm răng bén nhọn!
Tôi tự hỏi mồm và răng đó của ai vậy?

'It's mine!'
says the lion,
'and I'll eat
you up with it!'

'Đó là của tôi!'
con sư tử nói,
'và tôi sẽ ăn
thịt bạn bằng miệng đó!'

Help! We'd better run as fast as we can!